கோடிட்ட இடங்களை நிரப்புதல்

சுமதி ராம்

வம்சி

கோடிட்ட இடங்களை நிரப்புதல் :	கவிதை
ஆசிரியர் :	சுமதிராம்
:	© ஆசிரியருக்கு
முதற்பதிப்பு :	டிசம்பர் 2010
இரண்டாம் பதிப்பு :	டிசம்பர் 2014
கோட்டோவியங்கள் :	செ. சீனிவாசன்
வெளியீடு :	வம்சி புக்ஸ்
	19, டி..எம்.சாரோன்,
	திருவண்ணாமலை - 606 601
செல் :	9445870995, 04175-251468
அச்சாக்கம் :	மணி ஆப்செட், சென்னை-600 077
விலை :	₹ 50/-
ISBN :	978-93-80545-23-3

Kodita idangalai Niraputhal :	Poems
Author :	Sumatheram
:	© Author
First Edition :	December 2010
Second Edition :	December 2014
Illustrations :	S. Srinivasan
Published by :	Vamsi books
	19.D.M.Saron,
	Tiruvannamalai-606 601.
	9445870995, 04175-251468
Printed by :	Mani Offset, Chennai-600 077
:	₹ 50/-
ISBN :	978-93-80545-23-3

www.vamsibooks.com - e-mail: vamsibooks@yahoo.com

"அப்பாவோடதான் வாழ ஆசை" எனப் பெரியமனுசி போல்
சொல்லும் எங்கள் சின்ன மகள் "புப்பு" என்கிற
ஸ்ரீசங்கரகோமதிக்கு...

நிறைவான நன்றிகள்

பவா செல்லதுரை, ஷைலஜா, ஜெயஸ்ரீ, கல்யாண்ஜி, பாரதிபுத்திரன், நா.முத்துக்குமார், ர.கண்ணண், பாரததேவி, செ.சீனிவாசன், சாம்ராஜ், மாரி செல்வராஜ், சுந்தரபுத்தன், கே.எஸ். ராதாகிருஷ்ணன், எதார்த்தா பென்னெஸ்வரன், தயாமலர், தேவராஜன்.

தொடுவானம் தொடர்கிறது, வடக்கு வாசல், கதை சொல்லி, தேவதை, அம்ருதா, புதிய பார்வை, காலச்சுவடு, ஆனந்தவிகடன், kaattchi.blogspot.com (காட்சி).

பறவையின் மனம்

-கல்யாண்ஜி

அதெல்லாம் இல்லை. சொன்னாலும் சொல்லா விட்டாலும் ஆண் கவிஞர்கள் பெண் கவிஞர்கள் உண்டு. ஆண்கள் ஆண்களின் உலகத்தோடும் பெண்கள் பெண்களின் உலகத்தோடும் எழுத வருகிறார்கள். எப்போதும் எழுத வருவதற்கு முந்திய அவர்களின் உலகம் முக்கியம். முதல் முதல் வரியை எந்த மையைத் தொட்டு எழுதத் துவங்குகிறார்கள் என்பதைப் பொறுத்தே அவர்களின் அடுத்த வரிகளைத் தீர்மானிக்கவும் கூடும். தீர்மானிக்க முடியாத அடுத்த வரிகளை உடையதாகவே அநேகமாக ஒரு நல்ல கவிதை இருக்கிறது. அடுத்த நொடி வாழ்வும், அடுத்த வரி மரணமும் யூகிப்பிற்குள் ஒரு போதும் வராது. அசையாத பெருமரத்தில் அமர்ந்திருக்கும் பறவையின் அலகு கோதலில் உதிரும் சிறகு எந்தத் திசையில் பறக்கும். ஊர்ந்து ஏறிவரும் வளையல் பூச்சி ஏன் இரண்டாவது படிக்கு மேல் போகவேண்டாம் என்று நின்று விடுகிறது. கை தவறித் தட்டின தம்ளரின் தண்ணீர் புடைதேடும் பாம்புபோல ஏன் அவசரமாகத் தரையில் பாய்ந்து நெளிகிறது? ஒரு பால் வரக் காத்திருக்கும் நேரத்தில், கன்னத்தில் அறைகிற அளவுக்கு அந்தப் பெண்ணுக்கும் அவள் கணவருக்கும் என்ன நடந்தது என, அழுகிற அந்த இடுப்புக் குழந்தை அறியுமா? அவன் அவளுடைய கணவன்தான் என்பது. என்ன நிச்சயம்.

பொதுவாக ஆண்களைவிடப் பெண்களுக்குத்தான் இந்த நிச்சயமின்மை அதிகம் இருக்கிறது. அவர்களே அதனை அதிகம் உணரவும் செய்கிறார்கள். முன்பு அதை வெளியில் சொல்ல மாட்டார்கள். இப்போது சொல்லத் துவங்குகிறார்கள்.

துவங்குவதற்கே இரண்டாயிரத்துபத்து வருடங்கள் தேவைப்பட்டிருக்கிறது. அவ்வளவு பெரிய கனத்த பாறையைப் புரட்டுவது கடினம்தான். ஆனால் புரட்ட ஆரம்பித்துவிட்டார்கள். நாலைந்து மண்புழு, பூச்சி, பொட்டு எல்லாம் வெளிவர ஆரம்பித்துவிட்டது எனில் பாறை அசைகிறது என்றே அர்த்தம். இன்று அசையும் பாறையே நாளை உருளும் பாறை.

சுகந்தி சுப்ரமணியம் மாதிரி, சே. பிருந்தா, மு.சத்யா, வெண்ணிலா மாதிரியான குரல் சுமதி ராம் உடையது. குடும்பம், குழந்தை, பொருள்வயின் பிரிந்து அல்ல, நிரூபித்தலுக்காகத் தூரத்து நகரத்தில் இருக்கிற கணவன், மேற்குத்தெரு வீட்டு நினைவுகள், தனிமை, நகரத்தின் நத்தை வாழ்வு, இரைதாண்டி இயக்கங்களின் மகிழ்வை வாழ்வாக்கும் மீன்கள், போன்சாய், தொலைபேசிப் பேச்சு துரத்தும் இரவுகள், கைகளை முறமாக்கி விரட்டும் காமப்புலி இவற்றைச் சார்ந்த எளிய அசலான பதிவுகள். தீவிரமான எளிமை. தொந்தரவு செய்கிற அசல். அவரே எழுதுவதுபோல ''வெகுளித்தனமான உயிர் வேட்கை.''

❄

அந்தச் சிறுமியின் பெயர் ஸ்ரீ சங்கர கோமதி.

'புப்பு' என்று அவளைக் கூப்பிடும் அவளுடைய அப்பா கிழக்குக் கடற்கரை சார்ந்த நகரில் இருக்கிறார். அவருக்கு மீசை உண்டு. வேலை சார்ந்த நிரூபித்தலுக்காக அவர் திரிகிறார். புப்புவின் வகுப்பு அறையில் நடந்தவற்றை அவளிடம் ஒவ்வொரு மாலையிலும் கைபேசியில் விசாரிக்கிறார். அம்மாவிடம் தொலைபேசுகிறார். 12.57க்குக் கூட. கொஞ்சம் கோபமாகவும்.

புப்புவின் அம்மா, ஸ்ரீ என்று அவளைக் கூப்பிடுகிறார். ஸ்ரீ மேற்கு மலைத் தொடர்ச்சியின் நகரொன்றில் எல்லோரோடும் இருக்கிறார். மிஸ்டர். பீனின் முழுப்பெயர் பீன்தான் என அவளுக்குத் தெரியும். தாத்தாவின் மீசையைவிடச் சிறிய மீசையுள்ள ஹட்ச் நாயின் வாசம் அந்தச் சிறுமிக்குப் பிடித்த சென்ட். பிறந்தநாள்

ஏன் வருடத்திற்கு இரண்டு முறை வருவதில்லை என்ற கேள்வி அவளுக்கு உண்டு. பள்ளிப் பேருந்தில் ஒருநாளும் அவளை அவளுடைய அப்பா ஏற்றிவிட்டதில்லை. பக்கத்துவீட்டுச் சுவர்ப் பிள்ளையாருக்கும் அந்தச் சிறுமி கையசைக்கிறாள். அவள் குப்புறப்படுத்து உறங்கும்போது பார்பி பொம்மை அவளருகில் கிடக்கிறது. அது எப்படியோ, எல்லா விடியற்காலையிலும் அம்மாவின் இடது கை முஷ்டியில் அவள் தலை சரிந்து உறங்குகிறாள்.

இந்தக் கவிதைகளை எழுதியவர் அந்தச் சிறுமியின் தாய். அவர் பிறந்து வளர்ந்தது நகரப்புழுதி பூசியிரா, கிராமத்து, உரப் புழுக்கைகளால் சூடுபறக்கும் மேற்குத்தெருவில். இப்போது இருக்கும் அவருடைய நகரத்து வீட்டில் போன்சாய் மரம், ஏஞ்சல் இரண்டும் உண்டு. கல்லூரியில் ஆசிரியராக இருக்கிற அவளுக்கு, பிரியத்திற்கு அஃறிணை உயர்திணை இல்லையென மகள்தான் கற்றுக் கொடுக்கிறாள். அவளுக்கு ஒரு புத்தக அலமாரி உண்டு. வன்புணர்ச்சிக்கு இன்னும் பழக்கப்படாத புத்தகங்கள் அதில் இருக்கின்றன. அப்பாவிடம் அலைபேசியில் சிறுமி முத்தம் பெறும்போது, அவளுக்கும் ஒன்று பரிந்துரைக்கப்படுகிறது. எதிர்த்துப் பறக்கும் வாழ்தலைக் கொசுவிடம் கற்கிற அவளுக்கு கடவுளின் நிஜப்பெயர் தெரியும். தூங்கும்போதும் திருத்த வேண்டிய தாள் தலையணையடியில் இருக்கிறது.

❄

இந்தத் தொகுப்பின் பெயர் கோடிட்ட இடங்களை நிரப்புதல். சில கேள்வித்தாள்களில் காலி இடங்களை நிரப்புக என்றும் வேறு சிலவற்றில் கோடிட்ட இடங்களை நிரப்புக என்றும் குறிப்பிடுகிறார்கள். காலியிடங்கள் என்பதன் இடக்கர் அடக்கல்தான் கோடிட்ட இடங்களோ என யூகிக்கத் தோன்றுகிறது.

கதை எழுதுகிறவனோ, கவிதை எழுதுகிறவளோ, இந்த வாழ்வின் காலியிடத்தை அல்லது தன்னுடைய கோடிட்ட இடங்களைத்தான் நிரப்பிக் கொள்கிறார்கள். நிரப்ப முயல்கிறார்கள்.

நிரப்ப முடிகிறதோ இல்லையோ, நிரப்புதலுக்கான பாசாங்கற்ற முழு முயற்சி இந்தத் தொகுப்பின் கவிதைகளில் இருக்கிறது. இந்த ஒரு வாழ்வை இதைவிட நேர்மையாகவும், நேரடியாகவும் சொல்லிவிட முடியாது. நேரடி எப்போதுமே தன்னை அலங்கரித்துக் கொள்ளும் அவகாசம் அற்றது. எந்த உருவ, படிம அலங்காரங்களையும் அது புறக்கணிக்கிறது.

"மாலையின் மந்திர ஒளியில்

நிலவின் கசங்கிய இருளில்

விதவிதமான நிறங்களோடு

நீ தானிய வார்த்தைகளை

வீசிக்கொண்டே இருக்கிறாய்.

ஒரு தானியத்திற்கும் மற்றொரு

தானியத்திற்குமான இடைவெளியில்

உன் குரோதமும் என் காதலும்"

என்ற கவிதையின் கடைசி வரியைக்கூட விட்டு விடலாம். இரண்டு தானியத்திற்குமான இடை வெளியைப் புரிந்துகொள்ள முடிகிற ஒரு பறவையின் மனம் அபூர்வமானதாகப் படுகிறது. கைபேசியில் ஓயாது அவன் துரத்தும் போது, அவள் இப்படிப் பலவும் செய்து கொண்டு இருக்கிறாள். இந்த இப்படிப் பலவும் கீழேயே வருகிறது. அநேகப் பெண்களின் அன்றாடம் கிட்டத்தட்ட அது "தேடிச் சோறு நிதம் தின்றல்." போர் மரபு தெரிந்து, மரபு ஒழுகி, மரபு மீறி நிறைய நிசப்தமான போர்களை அவள் செய்ய வேண்டியதிருக்கிறது.

ஒரு வேடனின் கரிசனம் மிக்க தானியச் சிதறலை அறிந்தேதான் அவள் வலைப்படுகிறாள்.

ஏறக்குறைய ஒரு பின் பனிக்காலத்தை உணர்கிற அவளுக்கு என் மழையும் மற்றவர் மழையும் தெரியும்.

அம்மாவால் மட்டுமே முடிந்தது அப்படிச் சொல்ல அல்லது அப்படியாவது சொல்லிவிடலாம் என அம்மாக்கள் நினைக்கிறார்கள் என முடிகிறது அம்மாக்களின் கனவு கவிதை. இப்படிச் சொல்ல அல்லது இப்படியாவது சொல்லிவிடலாம் என நினைக்க, இந்தக் கவிதைகளை எழுதியவருக்கு முடிந்ததே போதுமானது. இவ்வளவுதான் முடியவும் செய்யும்.

❄

முகுந்த் நாகராஜனின் பல கவிதைகளில் குழந்தைகள் சார்ந்த உலகம் மிக அழகாகச் சொல்லப்பட்டிருக்கும். மகளின் விளையாட்டு, பிரார்த்தனை, அப்பா மகள் எல்லாம் அப்படிப் பட்டவை. தன்னுடைய பிரத்யேக ஆல்பத்திலிருந்து சில உயிர்ப்புள்ள நிழற்படங்களை நம்மிடம் காட்டுகிறது அவை. அந்தப் படங்களிலிருக்கிற முகங்கள், அதைப் பார்த்துக் கொண்டிருக்கிறவர்களின் முகங்களும் ஆகிவிடுவதை அந்தக் கவிதைகள் செய்கின்றன.

ஏதோ ஒரு பள்ளிப்பேருந்தின் குழந்தைகளுக்குத் தவறாது கையசைக்கிற அப்பா வேறொரு நகரத்தில் இருக்க, பக்கத்து வீட்டுச் சுவர்ப் பிள்ளையாருக்குப் பதிலாய்க் கையசைக்கும் சிறுமிக்கும் இடையே உள்ளது கோடிட்ட இடங்களா, காலி இடங்களா?

அவை கோடிட்ட இடங்கள் எனில், இந்தத் தொகுப்பின் கவிதைகள் அவற்றை மிகச்சரியாகவே நிரப்பிவிடுகின்றன.

நீங்கள் கை பிசைய வேண்டியதில்லை சுமதி ராம்.

எந்தத் தாமதமும் இல்லை.

சரியான எண்ணுடன்தான் நீங்கள் தேர்வு எழுத வந்திருக்கிறீர்கள்.

கல்யாண்ஜி
20.11.2010

சுமதிக்கும்
ராமிற்கும்
சுமதிராமிற்கும்

இனிய ராம்!

மாலை நழுவி இரவுடன் சில்வண்டுகள் ஓயாமல் பேசும் இந்தக் கார்கால மழைத்துளிகளின் ஓசையோடு நான் இந்தக் கவிதைகளுக்குள் மூழ்கி மூழ்கி எழுகிறேன். தவளைகள் துணையழைக்கும் ஓசைகள் செவிக்குள் விழுந்தாலும் இதயத்திற்குள் இருகுரல்கள் ஓயாமல் ஒலிக்கின்றன. ஒன்றோடு ஒன்று பேசியும் ஒன்றோடு ஒன்று ஊடியும் ஒன்றோடு ஒன்று ரசித்தும் அவற்றை என் மனதிற்குள் கொண்டுவந்து மெல்ல ஒலிக்கச் செய்கின்றன கவிதையின் சொற்கள்! அவை வாழ்வின் மென்மைக் கணங்களை, இனிமைகளை, சிலிர்ப்புகளைச் சொல்லிய போதிலும் உன்னையும் - உங்களையும் அறிந்த காரணத்தால் அந்த அன்பின் ஈரம் ஏறஏறக் கனத்துப் போகிறது நெஞ்சு.

யதார்த்தத்தின் பார்வையில் எவ்வளவு எளிதாகக் காட்சியளிக்கிறது வாழக்கை!

ஆனால்,

நிகழ்வுகளுக்கும் பொருட்களுக்கும் பின்னால் தேடும் அறிவிற்கும் இதைவிட வேறு புதிர் இருக்கிறதா? ''இழக்காமல் பெறுவது எது?'' என்ற மெய்யறிவைப் பெற்றபின்னும் இழப்பின் சுமையைப் பொறுக்க மறுக்கிறதல்லவா உள்ளம்?

அன்றொருநாள், எதிர்பாராமல் ஒரு பொது நிகழ்ச்சியில், கூட்டத்தில் சுமதியை மகளுடன் கண்டேன். அம்மா என்னை அறிமுகப்படுத்தியதும் ஓடிச் சென்று தனது பிஞ்சுக்கரங்களில்

சுடு தேநீரை வாங்கி, தளும்பாமல் கொண்டுவந்து கொடுத்தாள். நான் அழைக்க....அழைக்க.... பின்புறமாக நடந்து சென்று ...... தனக்கான விளையாட்டை உருவாக்கிக் கொண்டாள். ஒரு வார்த்தை பேசாமல் பொங்கும் அவளது பாசமும் குழந்தைமையும்......இழக்கக் கூடியதா? இழந்தால் பெறக் கூடியதா?

''குறுகுறு நடந்தும் சிறுகை நீட்டியும்'' வருகின்ற குழந்தை இல்லாவிட்டால் வாழ்வே இல்லை என்று சொன்ன புறநானூற்றுப் புலவனின் பாடலும்....

''அன்பு தருவதிலே உன்னைநேர் ஆகுமோர் தெய்வமுண்டோ?'' என்று உன்மத்தம் கொண்டு பேசிய பாரதியின் வரிகளும்.....

''தாய்மை அணிந்தும் மாலை வருகுது - மண்ணில்
தவழ்ந்து வருவதோர் கோயில் வருகுது''

என்று வாரியெடுத்தணைத்த நா.காமராசன் வரிகளும்...... குழந்தை என்னும் அற்புதத்தின் மனப்பதிவுகள். அனுபவத்தின் எழுத்துச் சித்திரங்கள்.

இதோ, என் முன் உள்ள இந்தக் கவிதைகளோ, நிகழ்ச்சிகள்! ஒவ்வொரு நிகழ்வின் அசைவுகளிலும் சொற்களிலும் குழந்தையை-அதன் மனத்தினையும் ஏக்கத்தையும் அன்பையும் வெகுளிப் பண்பின் எழுதவொண்ணாக் கவித்துவத்தையும் சித்தரிப்பவை!

ராமுக்கு !

தொலைபேசியில் விசாரிக்கிறாயாம். வகுப்பறையை...... தோழியரை....... நடந்தவற்றை.....! அவள் பகிர்ந்து கொள்கிறாளாம். தொலைவு நகரிலிருந்து வரும் உன் தொலைபேசி மணியோசைக்காய் அவளது மனச்செவிகள் மலர்ந்திருக்கின்றன. தவிக்கும் இதழ்களில் குதிக்கும் சொற்களுடன் அவள் காத்திருக்கிறாள். ஆனால், யாருக்கோ தினம் கையசைத்து அவள் பள்ளி செல்ல, ஏதோ ஒரு பள்ளி பேருந்தின் குழந்தைகளுக்குக் கையசைத்து நீ ஆவல் தீர்த்துக்

கொள்கிறாயாம். மேற்குத் தொடர்ச்சியிலிருந்தும் கிழக்கு கடல் நகரிலிருந்தும் நடக்கும் இந்த கையசைப்புகள்தாம் எத்தனை மானசீகமானவை! உன்னை நிரூபிப்பதற்காகக் காற்றாய், புயலாய்த் திரிகிறாய்...... ஒருத்தியின் மென்காதலையும் ஒரு குழந்தையின் ரோஜா ஸ்பரிசத்தையும் இழந்து..... "இழக்காமல் பெறுவது எது?"

-வினா, என்னுள் அறிவுவாதம் செய்கின்றது.

"இழப்பதும் பெறுவதும் ஒரே நிரைப்பட்டதாயின் எதற்காக எதை இழப்பது சரி?"

மீண்டும் வாழ்க்கை வீசுகின்ற புதிர்வலைக்குள் சிக்குகிறேன் நான்.

சுமதிக்கு!

பேசத்தெரியுமா? என்று ஐயப்படுமளவிற்குப் பேசத்தெரியாத உங்களுக்கு, எப்படி வந்தது மனதைச் சொற்களில் பேசவைக்கும் ஆற்றல்? ஒருவேளை, மௌனமெல்லாம் மொழியைத்தான் அடைக்காத்துக் கொண்டிருக்கின்றனவா? பாலை பாடிய பெருங் கடுங்கோவின் "ஓவச்செய்தி" தலைவிபோல் இன்று ஒன்றும் பேசாமல் உரையாட முடிந்து விட்டது தான் எத்தனை வியப்பு!

பெண் உரையாடத் தொடங்கும்போதுதான் இலக்கியம் முழுமை பெறுகிறது என்பது உண்மை. ஆண்டாள் பேசிய போதுதான் ஆன்மாவின் வேட்கை தகித்தது! அது பக்திக்கே புதிய பக்கத்தை எழுதியது.

எந்தத் தாயும் குழந்தையின் அசைவுகளின் மொழிகளையும் மௌனத்தின் அர்த்தங்களையும் நிகழ்ச்சிகளில் வெளிப்படும் ஆழ்மனதின் உணர்ச்சிகளையும் நிச்சயம் புரிந்து கொள்வாள். ஆயினும் அவர்களில் எத்தனை பேருக்கு அவற்றை வார்த்தைகளில் சொல்லத் தெரியும்? அவற்றை, மௌனத்திற்கு நெருக்கமான மொழியில் பேசத்தெரியும்?

நிலா மலர்ந்தும் அல்லியினைக் காணும் முன் விழி மூடும் குழந்தை, நாய் வாசம் ரசிக்கும் குழந்தை, அப்பாவின் இரவை பூர்த்தி செய்யும் குழந்தை, தந்தையுடன் இருக்கும்போது மருதமலைமீது ஏறி அச்சத்தை உதறும் குழந்தை, மீசையின்றிச் சாயல் கொண்டு தந்தை முதுகில் துயிலும் குழந்தை என்று எத்தனை விதங்களில் குழந்தையின் மன உலகம்...... அதன் நம்பிக்கைகள்..... பேதமைகள்....... ஏக்கங்கள் பதிவு செய்யப்பட்டுள்ளன. ஒவ்வொரு கவிதையும் வண்ணச் சித்திரம்தான்!

கோடையில் விழுந்து நனைத்த மழைத்துளியை என் மழைத்துளியென்றும்.... தன்னால் நனைய இயலாதுபோன மற்றவரின் மழையென்றும் சொல்லிவிடுகின்ற அளவிற்குச் சுய அனுபவம் சார்ந்தே வாழ்வை நுட்பமாக உணரத் தெரிந்துவிட்ட ஒரு தன்மைதான் எல்லாக் கவிதைகளிலும் வெளிப்படுகிறது. அதனால் அது எந்தவித ஒப்பனையும், இட்டுக்கட்டுதலும் இல்லாமல் எளிமையே அலங்காரமாகி, இலாவகமாகப் பதியப்பட்ட பதிவுகளாகியுள்ளன. பிரிந்து கிடக்கும் உறவுகளின் ஆன்ம நரம்புகளை மென்மையாகவும் துல்லியமாகவும் மீட்டுகின்றன.

இன்னும் உங்கள் வாழ்க்கை அனுபவங்களால் விரிவுறும்போது எதிர்கொள்ளப் போகும் மனித உறவுகளின் இணக்கங்களும் முரண்களும் இயல்பான படைப்புகளாக மலரும், கவிதையின் உள்ளடக்கங்கள், உணர்த்துமுறைகள், உத்திகள், சொற்கட்டுகள் மேலும் விரிவும் செழுமையும் இறுக்கமும் பெறும்.

சுமதி ராமுக்கு!

இது ஒரு பெயரா? இரு பெயர்களா? எளியதொரு ஆசிரிய வாழ்வுடன் குடும்பத்தில் உறவுறும் ஒரு பெண்ணுள்ளமும் இந்தச் சமூகத்தின்மீது ஆயிரம் வினாக்களைத் தொடுக்கும், ஒரு கலைப் போராளியாய் நிற்கும் ஓர் ஆணுள்ளமும் இணைந்த சங்கமத்தில் பிறந்த வாழ்க்கைதான் எத்தனை உணர்வலைகளை எழுப்புகிறது! எத்தனை படைப்புக் கோலங்களை வரைகிறது.

இத்தனை இழப்புகளும் வேறொரு தளத்தின் வெற்றிகளாய் மலரும் எதிர்நாளில், வளர்ந்து நிற்கும் இந்தக் குழந்தை தன் பெற்றோரை எண்ணிப் பூரிப்படைவாள் அல்லவா? இழப்புகள் வெற்றிகளாகட்டும்!

உங்கள் வாசகர்களோடு நானும் காத்திருக்கிறேன் மகிழவும்! வாழ்த்தவும்!

நிறையன்புடன்
பாரதிப்புத்திரன்.

07.12.010.

சென்னைக் கிறிஸ்தவக் கல்லூரி
தாம்பரம்.

மாலை நேரக் கேள்வி

வகுப்பில் என்ன நடந்ததென்ற
அலைபேசி வழியிலான
அப்பாவின் மாலை நேரக்
கேள்விக்கு பதில்
சொல்லிக்கொண்டிருந்தாள்.

தான் கொடுத்த ஆப்பிள்
துண்டுகள்
நான்கைச் சாப்பிட்டுவிட்டு
பூனை ரப்பர் தந்தானாம்
வகுப்புப் பையன்.

கேட்பதற்கு
தானும் ஒரு கேள்வி வைத்திருந்தாள்.
'மிஸ்டர் பீனின் முழுப்பெயர் தெரியுமா?' என்கிறாள்.
எதிர்முனை அப்பா
'தெரியாது' என்றதும்
அமெரிக்காவைக் கண்டுபிடித்த
கொலம்பஸ் மகிழ்ச்சியில் சொல்கிறாள்
மிஸ்டர் பீனின் முழுப் பெயர் பீன்தானாம்!

விழாக்கால முன்னிரவில்

சாணிவழித்துக் கோலமிட்டு
அடுத்த நாளுக்கான
வேலை ஒன்றை
அம்மா மிச்சப்படுத்த நினைக்கையில்
உறங்காது விழிக்கிறாள் சிறுமியும்.

பூ, தேசியக்கொடி, டோரா,
நட்சத்திரம் வரைந்து
அதற்கான வண்ணம் பூசி
மகிழ்கிறாள் சிறுமி.

'தூங்காம அம்மாவுக்கு
ஹெல்ப் பண்றியா?'

'பரவாயில்லையே...
அம்மாவைவிட
கோமதி அழகாக் கோலம் போடுறாளே!'

இன்னும் என்னென்னவோ
கேட்டவாறே கடந்துபோகும்
தெருவாசிகளின் விசாரிப்பில்
சிறுமிக்கும் அம்மாவுக்கும்
தொடங்கிவிடுகிறது
முதல் நாளிலே விழா!

கசடற

தன் பிரிய உலகத்தில்
கடந்து போகும்
பூனை, நாய், மாடு, ஆடு,கோழி
அனைத்தையும் குட்டி குட்டா
என்று அழைப்பதோடு
வீட்டில்
அம்மா குட்டி, அப்பா குட்டா
எனவும் சமயத்தில்
அழைக்கிறாள்.

குட்டி என்றால் பெண்பாலையும்
குட்டா என்றால் ஆண்பாலையும்
குறிப்பதென்று
யாரிடம் எப்பொழுது கற்றாள்
என்று தெரியவில்லை.

ஆனால்
பிரியத்திற்கு
உயர்திணை,அஃறிணை
பாகுபாடு இல்லை
எனக் கற்றுக் கொடுக்கிறாள்
தமிழ் ஆசிரியை ஆன எனக்கு.

அப்பா மகள்

என் ஆறு வயது மகள்
ஒரு நாள் முழுக்க
என்னிடம் பேசவில்லை.

கோபம், அப்படி கோபம்.

என் திருமண ஆல்பத்தில்
அவள் இல்லையாம்.

எது தந்தும் எது சொல்லியும்
குறையாமல் நின்றது
அவள் தீராக் கோபம்.

அன்றைய நாளின் கடைசியில்
அவளே பேசி முரணை
முடித்து வைத்தாள்.

அப்பாவை நாளைக்கு
நான் கல்யாணம் பண்ணிப்பேன்
நீ வரவே கூடாது சரியா?

பொம்மைக் கடவுள்

"இந்தக் கோவில் வேண்டாம்மா''
என்றாள்.

"உனக்கு பிடிச்ச பிள்ளையார் தான?''
என்றதற்கு

"அதே பிள்ளையார் தான்
ஆனா அந்தப் பூசாரி தாத்தா
இல்லையே'' என்றாள்
"பூசாரியா முக்கியம்? சாமிதான முக்கியம்''
என்றேன்

"அந்தப் பூசாரி தாத்தாதான்
என் பார்பி பொம்மைக்கும்
திருநீரு பூசுவாரும்மா,
அவர் இருக்குற கோவிலுக்கு
மட்டும்தான் வருவேன்'' என்றாள்.

பண்ணை சென்ற சிறுமி

கொக்கு பொம்மையை மட்டுமே
பார்த்திருந்தவள்
கொக்கு பறப்பதைப் பார்த்து
அதிசயித்தாள்.

நிஜ கொக்குகள் தொடங்கி
இலைகளின் தளதளப்பின்
மீது அலையும்
உயிர் வண்ணங்கள் வரை
ஆயிரம் கதைகளை
அவளுக்காய்ச் சொன்னார்
தோட்டக்காரத் தாத்தா.

காலுள்ள மரங்கள், பறக்கும் மாடு,
பேசும் நாய்கள், ஆப்பிள் பழுக்கும்
சப்போட்டா மரம் என
தன் பண்ணை அதிசயங்களைச்
சொல்லி அவரைத் திகைக்க வைத்தவள்
பிஞ்சிட்ட பலாமரம் காட்டி
பழுத்திட்டால் தகவல்
அனுப்பும்படி அவரிடம்
வேண்டினாள்.

தாமரை இலை மேல்
தனித்திருந்த நீர்த்துளிகளைப்
பனிக்கட்டி என்றாள்.
தூரத்துத் தென்னந்தோப்பைச்
சாமியின் ஒட்டடைக்குச்சிகள் என்றாள்

அல்லிக்குளத்தை
அலைபேசியில் படமெடுத்து
கைப்பேசிக்கு குளிருதாம்
எனச் சிரித்தாள்

நிலா வந்து அல்லி பூக்கும்வரை
இருந்தாக வேண்டுமென்றவள்
நிலா வந்தபோது
அதைப் பார்க்காமலேயே
தூங்கிப் போயிருந்தாள்.

ஏன்

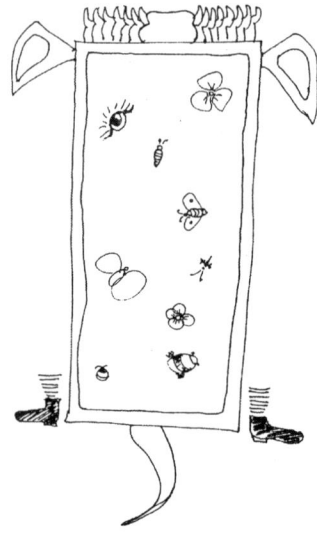

தன்னுடைய பிறந்தநாள்
ஏன் வருடத்திற்கு
இரண்டு முறை வருவதில்லை?
என்ற சிறுமியின் கேள்விக்கு
இதுவரை பதில் சொல்லத் தெரியாத
அம்மா
ஆசிரியராக இருக்கிறார் கல்லூரியில்
எத்தனையோ வருடங்களாய்.

ஏதாவது நாள் ஒன்றில்

வீட்டு நபர் யாரேனும் ஒருவர்
அழைத்துக் கொள்ள
பள்ளிப் பேருந்தில் வீடு
திரும்புகிறாள் சிறுமி,
பெரிய பொம்மையின்
இயக்கம் போன்று.

அசந்தர்ப்பமாய்
ஏதாவது நாள் ஒன்றின் பாதியில்
விடுமுறை எடுத்துக் காத்திருக்கும் அம்மாவிற்கு
முத்தமிட்டவாறே இறங்கும் சிறுமி
சற்றே பொறாமை கொள்ள வைக்கிறாள்
ஆயாம்மாவை.

சிறியது கேட்கின்

பகல்நேரச் சாப்பாட்டின்போது
தாத்தாவையே உற்றுப்பார்த்த சிறுமி
புதிதாக ஒன்றைக் கண்டுபிடித்தாள்.
தாத்தாவின் மீசையைவிட
புதிதாக வாங்கிய ஹட்ச் நாய்க்கு
மீசை சிறியதென.

குட்டிநாய் பற்றிய சில குறிப்புகள்

ஒரு சிறு நாய்க்குட்டியைக்
கைப்பேசியில் பதிவுசெய்வதோ
படமெடுப்பதோ
எளிதான காரியமல்ல.
துறுதுறு கண்களும்
நிலைகொள்ளா வாலும்
சிறு செவ்வகத்தில்
அடங்காதன.
குட்டிநாய் வாசம்
உங்கள் மேல்
உடைகள் மேல்
ஏன் அறைகள் முழுவதும்கூட
வியாபிக்கும் போது
நாமும் ஏதோ நல்லவர்தான்
என்று நமக்குத் தோன்றச் செய்யும்.

நல்லவேளை இன்னமும்
அதன்வாசம் மறைக்கும்
வாசனை திரவியங்கள்
விற்பனையில் இல்லை.

பள்ளி கிளம்பும் சிறுமி
நாயை அணைத்து விடைபெறுகையில்
சொல்கிறாள்
தனக்குப் பிடித்த செண்ட்
நாய்வாசம் என்று

கடிக்கும் பல்கூர்மையினூடே
பசை தடவியிருக்கும்
அதன் விசுவாசத்தை
நீரிட்டுக் கழுவுகையில்
வாலாட்டி வாலாட்டி
காலிடுக்கில் சுற்றி வரும்.

கிளைமுறிந்தோ
தனித்து விடப்பட்டோ
மரமென நிற்கையில்
தேடிக்கொள்ளலாம்
ஒரு சிறுநாய்க்குட்டியை.

பிரார்த்தனை

ஒருநாளும் பள்ளிப்பேருந்தில்
ஏற்றி விடாத
அப்பா வாய்க்கப்பட்ட மகள்
பார்த்து விடக்கூடாது

பேருந்திற்காய்க் காத்திருக்கும்
தன் மகளின் பள்ளிச்சீருடையைச்
சரி செய்து கொண்டிருக்கும்
ஏதோ ஒரு அப்பாவை.

மகளின் விளையாட்டு

"அம்மா ஊருக்குப் போறேன்"
என விடுமுறை காலங்களில்
பையோடு கிளம்பி வாசல்வரை
செல்லும் விளையாட்டொன்றை
ஆடுகிறாள் என் மகள்.

வீட்டின் முன் ஆளிருக்கும்போது
அவளின் பையைத் தயார் செய்து
கொடுக்கிறேன்.

யாரும் இல்லாத போது
நானும் அவள் விளையாட்டில்
சேர்ந்து கொள்கிறேன்.

அம்மாக்களும் மகள்கள் தானே.

காட்டுவதற்கு

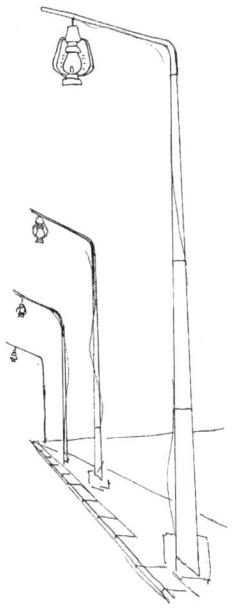

யாம் இருந்தோம்
நகரப் புழுதி பூசியிரா
கிராமத்து அழகொன்றில்

எம் பால்யமும் இருந்தது
பால் வெண்ணெய் தயிரோடு

உடைந்து கிடந்த
பானைச்சில்லுகளை
வைரமென
விரைந்தெடுத்ததுண்டு
எம் பிஞ்சு விரல்கள்.

சுமதி ராம்

டால்டா தகரம் தட்டி
பறவை ஓட்டிய காடுகள்
வந்து போகின்றன
இன்னும் கனவுகளில்.

சாணி வாசத்து முற்றங்களைக்
குஞ்சுகளுடன் சென்று
முற்றுகையிட்ட கோழிகளைத்
தாயுடன் சென்று விரட்டி மகிழ்ந்தோம்.

எப்ப நம்ம வீட்டுக்குப் போவோம்
போரடிக்குதும்மா
என்று கோபிக்கிற
என் மகளுக்கு
காட்டுவதற்கு இன்று எதுவுமில்லை.

மூப்பெய்திப்போன என்
நோயாளி அம்மாவையும்
கான்க்ரீட் வீடுகளையும் தவிர.

துயில் கொண்ட

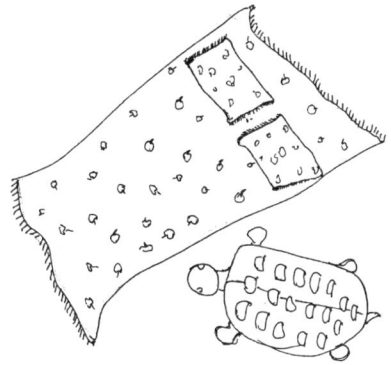

மெத்தை விரிப்புக்கேற்ற துணியிலான
உறையிடப்பட்ட இரு தலையணைகள்.
லேண்ட் மார்க்கில் வாங்கி
அப்பா பரிசளித்த
ஆப்பிள் ஆமைத்தலையணைகள் சூழ
துயில் கொண்ட சிறுமியின் தலை
அம்மாவின் இடதுகை முஷ்டியில்
சரிந்து உறங்குகிறது
எல்லா விடியற் காலையிலும்.

அம்மாக்களின் கனவு

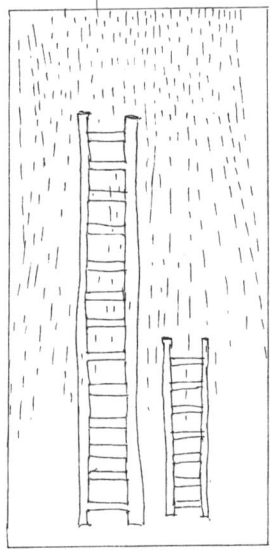

சிறுமி சொல்கிறாள்
தான் பெரியவள் ஆனதும்
"தயிர்" சூப்பர் மாக்கெட்
ஆரம்பிப்பேன் என்று,

அது என்ன "தயிர்" என்றால்
"மோர்" சூப்பர் மார்க்கெட்தான்
இப்பவே இருக்கே என்றாள்.

அவளின் நாளையக் கனவு
வேறொன்றாய் இருக்கலாம்.

அப்பா சொல்கிறார்
அவள் ஒரு நாவலாசிரியர்
ஆக வேண்டுமென்று

கண் மருத்துவராய் ஆவாள்
என் மருமகள் என்கிறாள் அத்தை

நீச்சல் வீராங்கனை ஆகி
கடல் கடப்பாள் என்கிறார் தாத்தா

என் மகன் மாதிரி இல்லாமல்
வீட்டில் தங்கும் வேலையாய்ப்
பார்ப்பாள் என் பேத்தி
என்கிறாள் ஆச்சி

அவள் கனவுகளை
அவளே காணும்படி
ஆசீர்வதிக்கப்பட்டவள்
என்கிறாள் அம்மா.

அம்மாவால் மட்டுமே
முடிந்தது அப்படிச் சொல்ல

அல்லது

அப்படியாவது சொல்லிவிடலாம்
என அம்மாக்கள் நினைக்கிறார்கள்

அப்பாக்களின் இரவு

மாநகரம் ஒன்றில்
தனித்து வசிக்க
விதிக்கப்பட்ட ஒரு அப்பா,
நேற்றிரவில் எப்போதும்போல்
கைப்பேசியில் தொல்லை செய்தார்
தன் குடும்பத்தை.

மகளிடம் பேசியே
ஆக வேண்டும் என்றார்.
என்னிடம் பேசக்கூடாது
என்பதற்காய்
அவளைச் சீக்கிரம்
உறங்க வைக்கிறாய்
என மனைவியிடம்
ரொம்பக் கோபித்தார்.
நேரம் அப்போது 12:57.

பார்பி பொம்மை அருகில் கிடக்க
குப்புறப்படுத்து கால்களைக் குவித்துத்
சிரித்தவாறே உறங்குகிறாள்
தலையணையில் கொஞ்சம் எச்சில் பட்டிருக்கிறது.
முன்நெற்றி வேர்த்து இருக்கிறது
போன்ற குழந்தையின்
நல் உறக்கக்குறிப்புகள்
வழக்கம் போல்
அன்றைய அப்பாவின்
இரவைப் பூர்த்தியாக்கியது.

கோடிட்ட இடங்களை நிரப்புதல்

அல்லது

இரண்டாவது குழந்தை
இல்லாத வீட்டில்
முதல் குழந்தை
தனக்காக வாங்கப்பட்ட
நாய்க்குட்டியைத்
தன் போட்டியாளராகவே
நினைத்துக் கொள்கிறது.

அல்லது

நாய்க்குட்டிகள்
குழந்தைகளை விட
அதிகச் செல்லம்
கொஞ்சுகின்றன
கோருகின்றன

அல்லது

குழந்தைகளை விட
நாய்க்குட்டிகளைப்
பெற்றோருக்குப்
பிடிக்கிறது.

கடவுளின் நிஜப்பெயர்

மகேஸ்வரி நகர் பாலவிநாயகர்
கோவில் பிரகாரத்து முருகனுக்குத்
தைப்பூசத் திருவிழா.

பால்குடங்களில் ததும்பியது
கிழக்கு வானின் ஒரு நிலா
நூற்றி எட்டாய்.

தென்னங்கீற்றுகள் மட்டும்
அசைய வீசிய காற்றில்
அநியாயத்துக்கு ஆடின
அலங்கரிக்கப்பட்ட
காவடி மயில்கள்.

திருநீற்றுடன் பன்னீரும் மருகும்
மணந்த முன்னிரா வேளையில்
மேளத்துக்கு அதிர்ந்து
குதியாட்டம் போட்டன
எண்ணற்ற ஆண் பாதங்கள்

வாசலில் நிற்க ஆசீர்வதிக்கப்பட்ட
பெண்கள் முன்
முருகன் மயிலேறி போனான்.

ராப்படுக்கையில்
முருகனுக்கு
புதுப்பெயர் ஒன்று வைத்தேன்

"ஆண்களின் குதியாட்டம்" என.

பெண்களின் புத்தகங்கள்

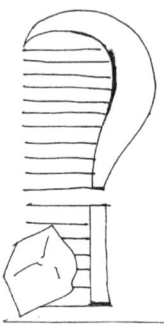

எங்கள் புத்தக அலமாரியை, புத்தகங்களைப்
பயன்படுத்துகின்றவர்களின் கவனத்திற்கு

மூடிய கண்ணாடி அலமாரிக்குள்
அவர்கள் சலனமின்றி நடக்கிறார்கள்.
அவர்களை முன்னோ பின்னோ
கீழோ மேலோ மாற்றியமைக்கும்
உரிமை உங்களுக்கு இல்லை.
ஏனெனில் எங்களுடையது ஆயினும்
அவர்கள் எங்களைப் போன்றவர்
இல்லை என்பதை அறியுங்கள்.

அரித்துத் தின்னும் பூச்சிகளையும்
தூசிகளையும் அணுக விடாமல்
பாதுகாப்பதற்காய்க் கவனமாக
மூடிவிடுங்கள் என்பதை
உங்களுக்கு நினைவூட்டத் தேவையில்லை.
பாதுகாப்பதும் பாதுகாப்பின்
முகம் அணிந்து உலாவும் பலவும்
உங்கள் தொழில் என்பது எங்களுக்குத் தெரியும்.

சில நண்பர்கள் கிடைக்கப் பெற்றேன்.
அவர்கள் மேல் வரிசையில் வலப்பக்கம் நிற்கிறார்கள்.
என் மீதான சிரத்தையுடனும் நேசத்துடனும் அவர்களிடம்
நீங்கள் நடப்பீராயின்
குழந்தைகளின் மெதுமெதுக்கன்னமாய்
உங்கள் விரல்களில் இருந்து
கொடும் கிள்ளல்களை
அப்புறப்படுத்துவார்கள்.

ஒத்துப்போக நேர்கையில்
புதிதாய்த் தோன்றுகையில்
வண்ண மைகளையும்
கார்பன் குச்சிகளையும்
பயன்படுத்திக் கைகுலுக்காதீர்
தயவு செய்து.

எங்களைப் போல்
அவை வன்புணர்ச்சிக்கு இன்னும்
பழக்கப்படவில்லை

சுமதி ராம்

வந்து மிரட்டும் கனவுகள்

கத்தரி வெய்யில்
தாகமெடுத்த மரங்கள்
வேலிகளை அலங்கரிக்கும்
போகன் வில்லா
இலைகள் அசையுமளவு காற்று
வெப்பத்தின் பாடலைக் கரைந்து
திரியும் காகங்கள்

என்ற இதே காட்சிதான்
நான் ஆசிரியராய் ஆனபின்னும்
கொட்டிக் கிடக்கிறது
கோடைத்தேர்வு அறைச் சன்னலில்.

தேர்வு எண்ணை மாற்றி எழுதியதாக
தாமதமாய் வந்து கைபிசைந்து நிற்பதாக
வந்து மிரட்டும் கனவுகளும்
குறைந்த பாடில்லை
திருத்த வேண்டியத் தேர்வுத்தாள்கள்
தலையணையடியில் தூங்கும் போதும்.

எண்களின் வழி

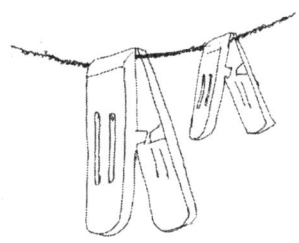

பெரியவை அதி சோர்வுடன்
சிறியவை மிகு உற்சாகத்துடன்
என்ற சிறு முரணோடு
சின்னதும் பெரியதுமாய்
பழக்கப்பட்ட வழியில்
திரும்பி விடுகின்றன
எண்களின் வழி காலத்தை ஊகித்தவாறு.

மனிதன் வீடு திரும்பும் மற்றொரு விலங்கு.

எல்லாம் துடைத்து

தினமும் தவறவிடுகிறார்கள்
யாரேனும் ஒருவர்
ஏதேனும் ஒன்றை.

கண்கள் உறுத்தும்படி
பயணிப்பவர்கள் யாவரும்
பார்த்திருக்கக்கூடும் சாலைகளில்
ஒருமுறையேனும்.

குழந்தையின் ஒற்றைச் செருப்பு.
நடந்து முடிந்த விபத்து மின்னும்
கண்ணாடிச் சிதறல்கள்.
பேருறக்கம் கொண்ட நிலையில்
ஏதேனும் ஒரு பறவை அல்லது விலங்கு.

அவசரமாய்க் கிளம்பிப் போன குழந்தையா
வேலைக்கு ஓடிச் சென்ற ஆணா, பெண்ணா
யாருடைய பசி எது எனச் சொல்லும்
இரைந்து கிடக்கும் சாதம்.

இருப்பவனுக்கு ரோஜா
இல்லாதவனுக்குச் செவ்வந்தியென
வர்க்க பேதம் சொல்லும்
இறுதி யாத்திரையின் பூவிதழ்கள்

இரண்டே நிமிடங்களில்
எல்லாம் துடைத்து
சாலைகள் நின்றபடி
நகர்த்திவிடும் பயணங்களை.

பின் நனைந்து

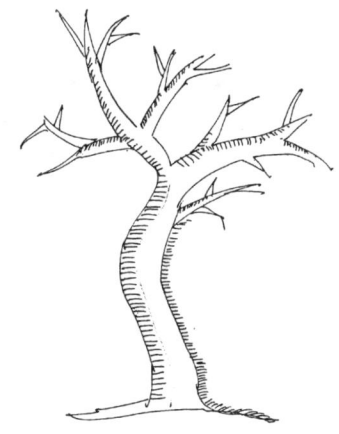

ஏறக்குறைய அது ஒரு
பின்பனிக்காலம்.

வெப்பம் வீசி நின்ற
பகல் பொழுது.

கைதட்டி இசைபாடவோ
கால் சேர்த்து நடனமிடவோ
இணைக் கைகள்
இணைக் கால்கள் இல்லாதுபோய்
அவளுடைய வாய்
ஒரு வெப்ப நீருற்றைப் போல்
வார்த்தைகளை
உமிழ்ந்து கொண்டே இருந்தது.

சுமதி ராம்

பைத்தியக்காரி.

அவள் வார்த்தைகளால்
அனலில் இட்ட கத்தியாய்
முகங்களைக் கீறிப் போட்டதும்
சிலர் சபித்தார்கள் அவளை
ரணக் கீறல்கள் நிறைந்த
முகத்தை மறைக்கும் சொற்களோடு
பலரை அவளும் சபித்தாள்.

தொடர்ந்து இயங்கும் பிரதான சாலையில்
விதவிதமான வாகனங்கள் மனிதர்கள்
அதனதன் இயக்கம் அது அதற்கு
அவரவர் இயக்கம் அவரவருக்கு
என்று சொல்ல எந்த உயர்ந்த திணையும்
இயங்கவில்லை.

அவளைக் கடக்க நினைத்த வாகனம்
ஒன்று திகைத்து நின்றது
மரணத்தையும் அவளிடம் இருந்து அபகரித்து.

நாயாயும் அவளைக் கருதாத வாகனங்கள்
மீண்டும் ஓடின சின்னக் காலதாமதத்தைக்
கண்டிக்கும் தொடர் ஒலிகளுடன்.

எளிய விலையில் புடவை ஒன்றும்
சாப்பாட்டுப் பொட்டலம் ஒன்றுமாய்
வாங்கித் தந்து போனவளால்
பின் நனைந்து நின்றது நகரம்.

ஆதி

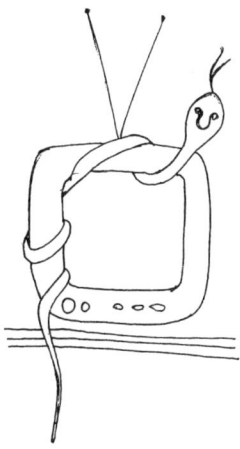

பார்க்கும் கணந்தோறும்
140,150 கி.மீ., வேகத்தில் ஓடி
சிறுத்தையோ சிங்கமோ வேட்டையாடுகிறது,
மான்களையும் காட்டெருமைகளையும்
மிக வேகமாகவோ
மிகமிக மெதுவாகவோ..

அவரவர் தொலைக்காட்சிப் பெட்டி அளவில்
முதலைகள் வாய் பிளந்து நகர
அவசர அவசரமாக
மீன்களை விழுங்குவன பனிக்கரடிகள்.

வாய்கொள்ளாமல் இரை தின்பதில்
பாம்புகளுக்கு நிகரில்லை எதுவும்..

கண்ணாடி ஜெல்லிகளுக்கு நடுவில்
அலைந்து திரியும் வண்ண மீன்கள்
எங்கிருந்தோ, எங்கு வேண்டுமானாலும்
திடீரென முளைக்கும் சுறாக்களுக்கு
இரத்தம் சிந்தாமல் இரையாகின்றன.

இரத்தம் ஒழுகிய வாய்கள்
வெறி கொண்ட கண்கள்
கூர் மழுங்காப் பற்கள்
இறந்த உயிர்களின் மிச்ச சொச்சங்கள்
ஆர்ப்பாட்டத்துடன் நடந்து முடிந்த
மாபெரும் விருந்து போல்
காட்டப்படும் இறுதிவரை..

அணைக்கப்படாமல் பார்க்கப்படும்
வண்ண பிம்பங்களும்
பின்னனி இசையும்
பறைசாற்றுகின்றன
தொடரும் ஆதிமனிதனின்
வேட்டையை.

எல்லாம் சேர்ந்தே

''கண்ண மூடிக்கோ! கண்ண மூடிக்கோ!
கள்ளன் வரான் ஒளிஞ்சிக்கோ!''
பொத்திய விரல்கள் விலகுமுன்
தவிட்டுக் குருவிகளாய்
விசுக்கென்று கிளம்பி
மறையும் பொடிசுகள்,
கள்ளன் பிடிபட்டால்
கூச்சலும் கும்மாளமுமாய்
குட்டித் திருவிழாதான்.
தூக்குச்சட்டியை இடுக்கியபடி
தொரட்டியுடன் ஆட்டுமந்தை ஓட்டிவரும்
சுடலையும் வடிவேலும் வந்தால்தான்
வானத்தில் நிலா வரும்
நட்சத்திரங்களை மேய்க்க.

புழுதி எழுப்பிய ஆடுகள்
கடந்த பிறகும்
ஈரப்புழுக்கைகளால்
சூடு பறக்கும் மேற்குத் தெரு.

வீட்டுக்குத் தெரியாதிருக்க
தண்டவாளங்களின் மேல்
புகைபிடித்த படி நகரும்
பழக்கமான கொள்ளிவாய்ப் பிசாசுகள்.

அம்மாவின் இடுப்பு நோவெடுக்க
மம்மு சாப்பிடாதவர்களை
மூணு கண்ணன் தேடி வரும் நேரம்.

சரிந்த நட்சத்திரங்களைத்
திண்ணையில் கிடக்கும் நார்க்கட்டிலில்
சரி பார்க்கும் தாத்தா

இடுங்கிய கண்ணிரண்டும் வானத்தில்
கூர் தீட்டிய காதிரண்டும் தெருவில்
தண்டட்டிகள் அசைய அசைய
ஊர்க்கதை பேசிய கிழவிகளின் கைகள்
வறண்ட மார்பின் மேல்
நழுவி விழும் சேலையைச்
சரி செய்யும் பழக்க தோஷத்தில்.
பேச்சுவாக்கில்
எச்சில் சிவப்பைத் துப்புகிற
வாய் மட்டும்
இடம் பொருள் பாரா.

இருளைத் தின்று
பிளந்து நின்ற சுவர்களில்
எட்டிப் பார்த்த மீசைகள்
திசையைத் தேர்ந்தெடுக்கத்
திணறித்தான் போகும்.

கிராமத்து இரவுகளில்
இருட்டோடு எல்லாம் சேர்ந்தே வந்தது.

கீற்றுகளில்

இன்னும் கொஞ்சம்
மழை பெய்திருக்கலாம்
கீற்றுகளில்
நீர் சொட்டும் அழகிற்காகவாவது.

சுமதி ராம்

மிதந்து விழும்

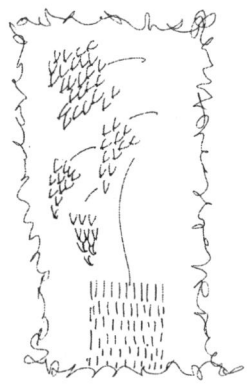

சருகுகளின்
முனகலுடன் கூடிய
வெய்யிற் காலத்து மரநிழலில்
தாழ்வாக மிதந்து விழும்
இலையில்
எப்படித் தொடங்குவது என்ற
மௌனத்துடன் கூடிய
மழையின் சிரிப்பு தெரிகிறது.

காத்திருப்பின்...

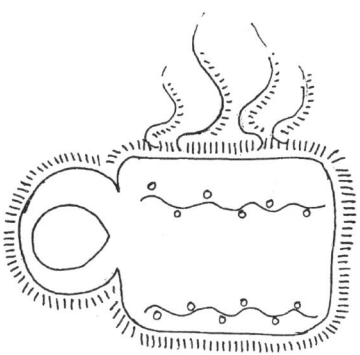

பணியிடங்களில் நிகழ்வு எதுவாயினும்
தேனீருடன் சிறுசிறு இனிப்பு காரப்பொட்டலங்கள்கட்டி
உபசரிக்கையில்
ஏதேனும் ஒன்றை எடுத்து
உணவுப்பையில் பத்திரப்படுத்தும்
சிறுகுழந்தைகள் கொண்ட
பெண் பணியாளர்கள்
குழந்தைகளிடம் காலையிலேயே சொல்லி வந்திருக்கலாம்
மாலை நேரக் காலதாமதத்தை..

நா இனிப்பானாலும்
அவை காலதாமதம் குறித்துக் கேட்கின்றன
காத்திருப்பின் வருத்தம் மேலிட.

உன் குரல் என் வார்த்தைகள்

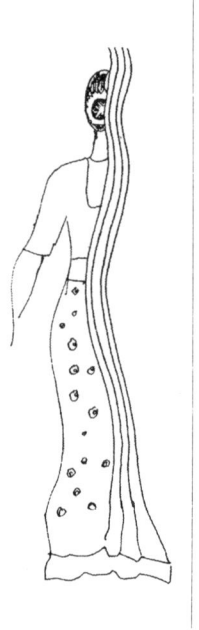

பேச்சில் சாமர்த்தியசாலி
நானென்று
மெச்சி நிற்பவர்களுக்குச்
சொல்லியாக வேண்டும்
உடைந்த உன் குரல் கேட்டு
வாலாய்ச் சுருண்டு கொள்ளும்
என் வார்த்தைகள் குறித்து.

எல்லா பறவைகளும்

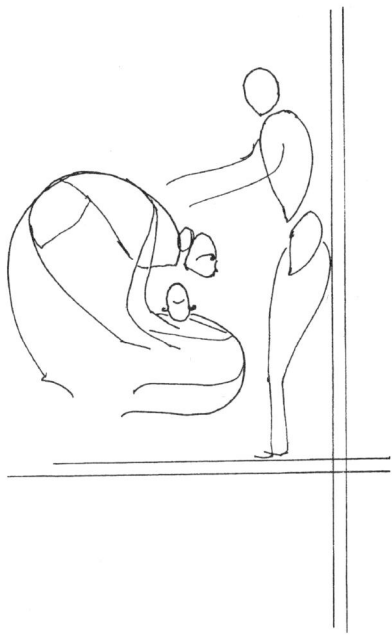

ஒரு வேடனின்
கரிசனம் மிக்க
தானியச் சிதறல்களின் வழி
வலை விரித்தலை
அறிந்தேயுள்ளன,
மனைவி மகள் மாமியார் மருமகள்
நாத்தனார் மதினி அக்கா தங்கை
போன்ற எல்லா பறவைகளும்.

சுமதி ராம்

தருணம்

மனிதர்கள் அறிவதில்லை
வேடர்களின் பயணம் குறித்தும்
நக இடுக்கில் அப்பியிருக்கும்
வனவழி பயங்களையும்.

காடு நீங்கி வரும் வேடர்களும்
சொல்வதில்லை யாரிடமும்.

வனப்பூச்சிகள் மற்றும்
மர இடுக்குகளின் வழி
மிளிரும் நட்சத்திரங்களுடன்
காட்டியாக வேண்டும்
ஓரிரு சவத்தையாவது
தன் திறன் சாட்சியமாய்.

வேடன் சுமை தீர்க்கும் தருணம்
எப்போதும் ஓர்
உயிர் பிரிவதிலேயே இருக்கிறது.
கொன்றோ மரித்தோ..

பறத்தல்

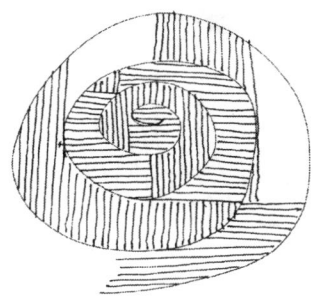

சின்னதான எரிச்சலுடன்
ஓங்கி அடித்து
கண்முன் விரல் நீட்டிப்பார்த்து
'ச்சேய்' என்றபடி
துளி இரத்தம் துடைக்கும்
சொற்ப வேளையிலும்
எதிர்த்துப் பறக்கும்
வாழ்தலைக் கற்கலாம்
கொசுவிடம்.

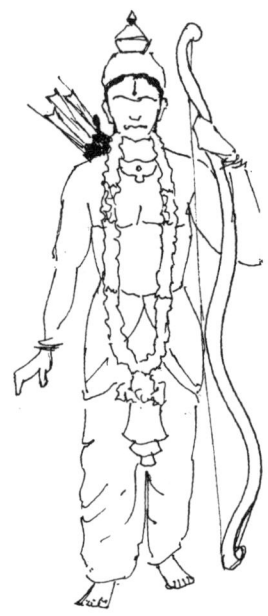

போர் மரபு

ஓரிரு புள்ளிகளில் மட்டுமே
இணைய முடிந்த வாழ்வதனில்
நிசப்தமாய் போர் செய்திருப்பர்
ஆணும் பெண்ணும்.

காமச்சுவைப்பு குழந்தை நலனென
அரிதான பொழுதுகளின்
ஒற்றை நிழலில் ஓய்வெடுத்துக்
களத்திற்குத் திரும்புவார்கள்.

வேற்று மனிதத் தாக்குதல்களில்
அவனுக்காக அவளும்
அவளுக்காக அவனும்
சார்பாய் நின்று
வார்த்தைகளில் வாளேந்துகையில்
பார்வையாளர்களின் புரிதல்கள்
சற்று சிரமமாய்.

கர்ப்ப காலத்தை முன்னிட்டு
ஒத்திவைக்கப்பட்ட போர்க்களங்கள்
வெறிச்சோடும் பெண்ணின்றி.
தினவெடுத்த ஆணின் நாக்கு
போர் செய்தலை எதிர் நோக்கி
தவமிருக்கும் பகல் இரவு பாராது.

விருந்தினர் கிடைக்காத கணவன்
நண்பனுடன் திரும்புவான்
சமாதானக் கொடி ஏந்தி
தேநீருடன் வந்து உபசரிக்கும் மனைவியின் முறுவலில்
வெண்புறா ஒன்று எழுந்து பறக்கும்.

நண்டூரும் கடற்கரைகள்
பகட்டான உணவுச்சாலைகள்
பிம்பங்கள் நடனமிடும் திரையரங்குகள்
ஓய்வெடுக்கும் பாசறைகளாக்கி
நுழைந்து வெளியேறுவர்
குழந்தைகளுடன்,

மற்றும் ஒரு போர்க்களத்திற்கு.

சுமதி ராம்

உயிர் தெறித்து

முதுகு சுளுக்கி
மூச்சுமுட்ட நடக்கும்
இந்தக் கணங்களை
எங்கு போய்த் தள்ளுவது?

மரணபயம் வெள்ளையாய்க் கசிகிறது
கண்கள் வழியாக.

எனக்குப் பாடை கட்டுபவர்கள்
யாரென்று தெரிந்து வைத்திருக்கிறேன்.

பக்கத்து அறையில்
முகச்சாயம் பூசிக்கொண்டு
எனது இறுதி ஊர்வலத்தில்
நடனமாடக் காத்திருக்கிறார்கள்.

இன்னும் சிறிது நேரத்தில்
பாம்புப் பிடாரனின் மகுடிக்கு
ஜ்வாலை விடும் நாக்காய்
என் உயிர் தெறித்து விழப்போகிறது.

அடுப்படியில் பல லிட்டர் பால்
ஆவிபறக்கப் பொங்கப் போகிறது.
அசதியற்ற அழுகைக்காய்.

என்/ மற்றவரின் மழை

நிகழ்ச்சி முடிந்து வீடு
திரும்புகிறேன்
அந்தி சாய்ந்து.
நிற்பவை நடப்பவை
எல்லாம் இருளாய் இருந்தது.

கோடைக்காற்றின் புழுதியில்
மணம் சேர்த்து
ஆச்சரியமாய் மழை தொடங்கியது.

அதிக காற்று
கொஞ்சம் புழுக்கம்
நாசிமீது விழுந்த முதல் துளி
சட்டென மின்னிய விளக்குகள்
மழைக்காய் படபடத்து
ஒதுங்கும் ஜனத்திரள்

கவசம் தலையிலில்லாது
விரித்துவிட்ட கூந்தல் அலைய
என் வாகனம்

என யாவும் தந்த என்மழை
வீடு இன்னமும் வெகுதொலைவில்
இல்லாமல் போனதே
என்று நினைக்கத் தொடங்குகையிலேயே
நின்று போனது.

மற்றவரின் மழையில் நனைந்தவாறே
வீட்டின் முன் என் வாகனம் நின்று
கொண்டே இருந்தது இரவு முழுதும்.

இப்படிப் பலவும்

அந்தரத்தில் ஊஞ்சல் கட்டி ஆடும்
அதை எனக்குப் பிடிக்கவில்லை.

வலையைச் சிதைத்தேன்
பயத்தில் ஓடியது.

துரத்திய குச்சி துரத்தாத போதும்
திரும்பிப் பாராமல்
ஓடிக்கொண்டே இருந்தது.

வெகுளித்தனமான அதன் உயிர்வேட்கை
எரிச்சலூட்டியது.

காலால் தேய்க்க
அதன் உயிரின் நிறம்
சிமெண்ட் தரையில்
குழந்தையின் கிறுக்கலை
மஞ்சளாய் வரைந்தது.

கைப்பேசியில் நீ என்னை
ஓயாது துரத்திக் கொண்டிருந்தபோது
நான் இப்படிப் பலவும் செய்து கொண்டிருந்தேன்.

வெகு கால ருசி

வெகுகாலமாய்க் கைவிடப்பட்ட ரயில் தடத்தில்
வெகுகாலத்திற்கு முன் யாரோ தவறவிட்ட
இனிப்புத் துணுக்கை இரும்பின் துருவோடு
எடுத்துத் தின்று ருசிக்கிறது நினைப்பு.

சுமதி ராம்

தானிய வார்த்தைகள்

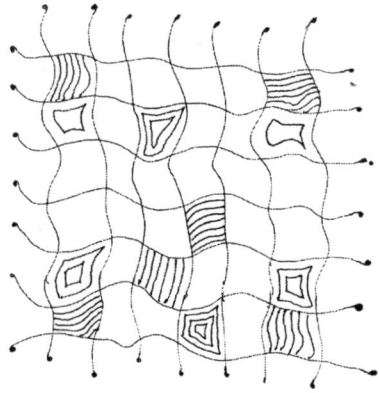

மாலையின் மந்திர ஒளியில்
நிலவின் கசங்கிய இருளில்
விதவிதமான நிறங்களோடு
நீ தானிய வார்த்தைகளை
வீசிக் கொண்டே இருக்கிறாய்.

ஒரு தானியத்திற்கும் மற்றொரு தானியத்திற்கும்
ஆன இடைவெளியில்
உன் குரோதமும் என் காதலும்.

புலி

காமப்பசி மிகுந்து
பதுங்கி வருகையில்
மறத்தி நீ
கைகளை முறமாக்கி
விரட்டியடிக்கிறாய்
சிறுபொழுதேனும்

என்னைத் தொலைத்து

இவ்வீட்டில் என் இயல்பில் இரண்டிருந்தன.
போன்சாய் , ஊஞ்சல்.

என் ஊர் வீட்டுக்குத்
திரும்பும் சாலைகளை,
தூங்கும் குழந்தையின் நகத்தை
வெட்டும் சுலபமாய் வெட்டி விட்டார்கள்

நேர்க்கோடுகளைத் தாண்டி
வீதிகள், நகரங்கள் தாண்டி
என்னைத் தொலைத்து நிற்கும்
வீடொன்றிற்குச் செல்லும்
தொலைபேசி இணைப்புகள்
உயிர்ப்பித்துத் தருகின்றன
நகரத்தில் இருக்கும் நத்தையின் வாழ்வை.

நீ திரிகையில்

அழைப்பு மணியின் நீருற்றைக்
காதுமடல்களில் தெளிக்காமல்
வெகுவெகு தூரமாய்
பயணம் போகிறாய்.

உன் காலணிகள் சுமக்காத முன் வாசல்
வெறிச்சோடி பாலையாய்
தோற்றம் கொள்ளும் நம் இல்லம்.

வேலை சார்ந்த நிரூபித்தலுக்காய்
காற்றாய் புயலாய் திரிகையில்
நீ இழக்கின்றாய் ஒருத்தியின் மென்காதலை
மற்றும் குழந்தையின் ரோஜா ஸ்பரிசத்தை.

இரை தாண்டி

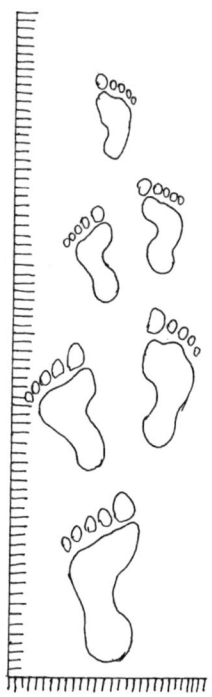

மாட்டிவிடும் என்ற மனதோடு
ஊண் உறக்கம் அற்று
சிலையாய் நிற்கும் தூண்டில்காரர்கள்
சிரிப்பை வரவழைக்கிறார்கள் மீன்களுக்கு.

அங்குமிங்குமாய் ஆடித்திரியும்
இயக்கங்களின் வழி மகிழ்வை வாழ்வாக்கும்
மீன்கள் இரைதாண்டி யோசிப்பவை.

அம்மாவிற்கும்

தொலைவான நகரமொன்றில்
வசிக்கும் அப்பாவிடம்
அலைபேசியில் முத்தம் பெறும் சிறுமி
அருகில் நிற்கும் தன் அம்மாவிற்கும்
முத்தம் ஒன்று தரச் சொல்லி
வெட்கப்பட வைக்கிறாள்.

அசைதல்

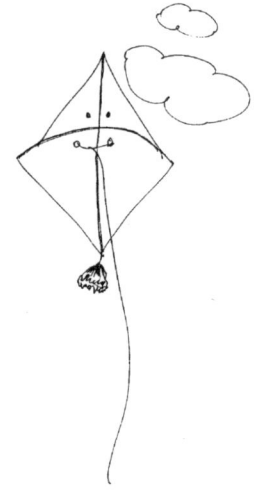

மேற்குமலைத் தொடர்ச்சியின்
நகரொன்றில் வசிக்கும் சிறுமி
பள்ளி கிளம்புகையில்
வீட்டாருக்கும் செல்ல நாய்க்கும்
பக்கத்து வீட்டுச் சுவர் பிள்ளையாருக்கும்
பதிவாய்க் கை அசைக்கிறாள்.

கிழக்குக்கடல் சார்ந்த நகரொன்றில் இருக்கும்
அப்பா நாள் தவறாது கை அசைக்கிறார்
ஏதோ ஒரு பள்ளிப் பேருந்தின் குழந்தைகளுக்கு.

வீச்சு

மாடிப்படி ஏறுகையில் பயம்கொள்ளும் சிறுமி.
அப்பா இரு சக்கர வாகனம் இயக்க
முன்னால் நின்றபடி மருதமலை உயரம் ஏறி
கிழித்துப் போட்ட பேப்பர் துண்டுகளாக வீடுகள் தெரியும்
அடிவாரத்தை நோக்கி
அலட்சியமாய் வீசியெறிகிறாள் தன் பயத்தை.

சுமதி ராம்

அப்பா வந்த நாளில்

அப்பா வந்த நாளில்
எப்பொழுதும் சிறுமியோடு
உடன் இருக்கிற அம்மா
அன்றைய தினம் சமையல் அறையில்
வெவ்வேறு வாசனைகளில் சமைத்து
மகிழ்வு கொள்கிறாள்.

இனிப்பு ருசி பார்க்கச் சொல்லி
மகள் தேடி அறை வந்தவள்
முதுகேறி முடி கலைத்து
மீசை திருகி ஓய்ந்து
அணைத்தபடி
மீசையின்றி ஒன்றும் மீசை வைத்த ஒன்றும்
என ஒரே சாயலில் இருவர் தூங்கிக் கிடக்க
சத்தம் இன்றித் திரும்புகிறாள்.

சிறு மகிழ்வு கொண்டு

"புப்பு" இது அப்பா,
"ஸ்ரீ" இது அம்மா ஏனைய உறவுகள்
"கோமதி" இது வகுப்பறையில்,
"சங்கரி" இது டியூசனில்

என எல்லாப் பெயர்களையும்
செவிமடுக்கும் சிறுமி சற்றே கூடுதலாகச்
சிறுமகிழ்வு கொண்டுச் சொல்லிக் கொள்கிறாள்
புதிய நபர்களிடம் தன் பெயர்
"ஸ்ரீ சங்கர கோமதி" என்று.

தொலைத்த தேடல்

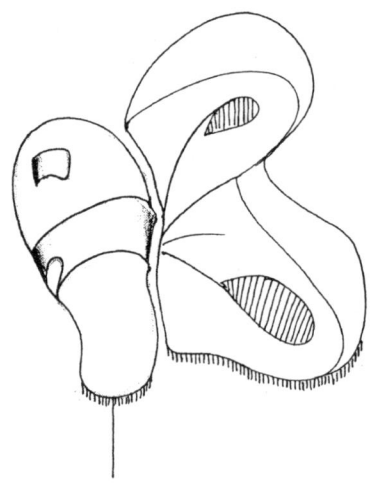

இருவருடங்களுக்கு முன்னம்
கோடை விடுமுறையில்
ஊருக்கு வந்திருந்த
அத்தைப் பையன் "ஸ்ரீஜித்" துடன்
வ.உ.சி மைதானத்தில் குதிரைச் சவாரி
போனபோது தொலைத்த சிவப்புச் செருப்பை,
நேற்றைக்குப் போன போதும்
தேடச் சொல்லி அழுகிறாள் "புப்பு"